பிரபஞ்சத்தின் சொற்கள்

வெ.தீபிகா

ஏலே பதிப்பகம்

பிரபஞ்சத்தின் சொற்கள்
ஆசிரியர் © வெ.தீபிகா

முதற்பதிப்பு 2021
பக்கங்கள் 51

புத்தகத்தின் முழு உரிமையும்
ஆசிரியருக்கே சொந்தமாகும்
©V.Deepika

ISBN 978-93-5533-008-6

புத்தகம் வெளியிடு
ஏலே பதிப்பகம் மற்றும்

 **Motivative Thamizha**

aelaypublish@gmail.com
phone – 9944992571

Aelay Publish
www.aelaypublish.com

பிரபஞ்சத்தின் சொற்கள்

மனிதரின் வாழ்க்கை என்பது புத்தகம் போன்றது...அந்த
புத்தகத்தின் ஒவ்வொரு பக்கத்திற்கும்...
ஒவ்வொரு நபரை பற்றி
நினைவுகள் இருக்கும்...
அப்படிப்பட்ட எனது
வாழ்க்கை என்னும்
புத்தகத்தில் என்றுமே
பாதிப்பக்கங்கள்
உங்களுக்காக இருக்கும்...

.....எனது வாழ்க்கை புத்தகத்தின் எழுதுகோலாக இருக்கும் எனது
அம்மாவிற்க்கு இக்கவிப் புத்தகம் சமர்ப்பணம்
...தன்னை எரித்து, மெழுகுதிரி நல்கிய வெளிச்சத்தில்
வயிற்றுப் பசியாற ரொட்டித்துண்டைப் புசித்து, கோப்பையில்
நிறைந்த தூயநீர் பருகி,
அறிவு பசி தீர நல்லதொரு இப்புத்தகத்தை வாசித்து கழியுங்கள்
உங்கள் .... இனிய பொழுதை.....

இவர் பெயர் **வெ.தீபிகா**, மின்னல் வேகத்தை தனதாக்கி
தடுக்கும் தடைகளை தூளாக்கி செயல்படக் கூடியவர். தமிழும்
இசையுமே இவருடைய உலகம்.கண்ணால் பார்க்கும்
காட்சிகளுக்கு கற்பனையில் வடிவம் தருபவர்.
இவர் "அவள்", "wishes are in the order".ecstasy போன்ற
புத்தகங்களின் துணை ஆசிரியராகப்
பணியாற்றியுள்ளார்.உழைத்த உழைப்பு உன்னதம் கொடுக்கும்
என்பதற்கு எ.க... ஆக இருந்து " மாநில அளவில் கட்டுரைப்
போட்டியில் முதலிடம் பெற்றுள்ளார். சிறப்பு பேச்சாளர்,
திரு.வி.க மாணாக்கர் விருது போன்ற விருதுகளை பெற்று
தமிழுக்கு பெருமை சேர்த்துள்ளார்.

1)நட்பும் காதலும்

உன்னுடன் நான் இருந்த
எனது காலம்
முக்காலத்தையும் தற்காலமாக்கியது!
பிரிந்த காலம் கற்காலமாகியது

உன் விரல்பட்ட இடத்தில்
பூப் பறிக்க
என் கரங்களைக் கருவியாக்கி
அளித்தவன் நான்

செஞ்சுடர் மாலை தொடுப்பாய்
எனும் என் நம்பிக்கை அழிந்ததே…..

தோழமை வயலில் எத்தனையோ
மலர்க்கொடிகள்!
வேர் இருந்தும் வெளிநிலம் காணாமல்
பொசுங்கிப் போனதுண்டு.

ஆனால் பீனிக்ஸ் போல்
வெளி வரும் ஒரு நாள்..!

அண்டத்திலும் உலாவந்து
சூரிய ரேகை மறைத்த
உன் புகழின்
பரிணாம வளர்ச்சுக்கு.....

மானுட குருதி போல்
நிறமேற்று இருக்கும்.... அதனால் தான்
என் சொற்களில் நினைவு மையால்
எழுத்துக்களை அளித்துள்ளேன்

திரும்பி வந்ததாலும் அழியாது ¬
தமிழ்போல் நிலைத்துச்
சிரித்து இருக்கும்

எனது நினைவுகளை
ஒரு வேளை நீ
உன் வீட்டு ஜன்னல் வழி
கிழித்து எறிந்திருக்கலாம்!

அன்றியும் நீ இன்னமும்
என் தோழனே.-
தோழன் , ஒரு புனித சொல்
உனக்காக புனிதம் இழக்க முடியுமா என்னால்???

2)பெண்!

மங்கையின் மனமெனும் மாளிகை
ஒன்றில் கணவனைத் தெய்வமாய் நினைத்து வணங்கும்...

உள்ளம் திறந்து வாய்மை பேசிடும்

கள்வனோடு வஞ்சி தரணியில் வாழும்...
..../. பெண்மையில் தாய்மை
ஆணைத்தான் பெண்ணினம் இங்குப் போற்றிப் புகழும்.....

3)வறுமை!.........

வெளியே வந்தால்தான் உன்னை கொள்வேன் என்று
சொல்கிறது கொரரோனா..... நீ
நீ வெளியே வரவில்லை

என்றாலும் கொள்வேன் என்று

சொல்கிறது வறுமை ...!

4)இப்படிக்கு பிச்சைகாரன்!.....

காது கேட்கும் மனிதர்களே
சிலையாகி தினம் தினம்
என்னை
கடக்கும்பொழுது, பிறப்பிலே சிலையாகி
நின்ற
உன்னிடம் உலறி என்ன பயன் ??
இப்படிக்கு அழுக்குச்சட்டையும்,
தோளில் நூல்தறித்தபட்டையும்,
கையில் நாலு சில்லரை
சுமக்கும்தட்டையும்,
கழுத்தில் ருத்ராட்ச கொட்டையும்,
அணிந்த மானுடம் சிரிக்கும்
பிச்சைக்காரன்..!!

5)இசைப் பயணம்

கவலை கொண்ட மனம்
கடவுளை தேடி போவது போல்.
காதல் கொண்ட நெஞ்சம்
இசைக்கனியை நாடி போகிறது..
இசையை வெறுக்க என்னும் உள்ளம் கூட
இடையில் மாறும்
இமை மூடும் நிலையில் உள்ள
மனமும் இசையை தேடும்!

6)வதங்கா பூ

நட்பு ஒரு பூ,
வாடாத வதங்க பூ!
அது ஒரு தித்திப்பு!
நம்மைக்கண்டு பிறர் அடைய வேண்டும்
திகைப்பு! தவறு
செய்தவர்களுக்கு
தேவை மன்னிப்பு! இது தான் மனித
இயல்பு நம் இருவரும் உள்ளது பெரும் அன்பு
நண்பர்கள் இடத்திலே
செய்யாதே வம்பு என்ன எதிர்க்க
உனக்கு போதாதுடா
தெம்பு!
பண்பென்பேன், பாசமென்பேன்.
-உன்னை
என் நண்பனென்பேன் -நீ மறந்தால்
அதுவே என் "துன்பமென் பேன்"!

7)சிந்தித்துப் பார்!

தானாக பசித்து
தரிமதமாக புசிக்கும்
போது
தன்னையறிமால்
சிந்தனையொன்று
கசிந்தால்.
சிந்தித்துப்
பாருங்கள்
அப்போது புரியும்
உழவனின் வியர்வை துளிகளுக்கு
விலைமதிப்பே......

இல்லையென்று...!!

8)அம்மா!

விழித்தேடும் இடமெல்லாம்
விடையாய் நீயிருக்க தாயமை கற்பித்தது
நெகிழ்ச்சிக்கடலில் திளைக்கிறேன்
உன்னன்பில் விதைத்த
உறவாடி எப்பிறப்பிலும்
உன்சேய்யாகும் வரவேண்டும்.....

9)ஆனந்த களிப்பு!

நெஞ்சினில் நீயாடும் நேரம் –
போன நிமமதி வந்திட ஓடிடும் பாரம்
பஞ்சென மார்பினில் சாய்ந்தாய் -
உன்றன் பால்மண
எச்சிலோ டென்னிலுந் தோய்ந்தாய்............

10)வாய் கொழுப்பு

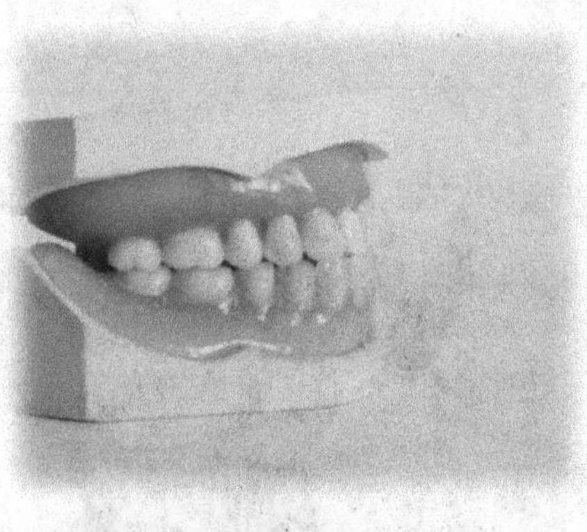

கொழுப்பு...!
கறைய மெலிந்த வருகிறேன்

கொஞ்சம் கொஞ்சமாய்...

ஒன்றுமில்லை!
குறைய
வேண்டுமாம்
மறுக்கிறது
வாய் கொழுப்பு
மட்டும்...!

11)அழகின் பிம்பம் நீயடி!

பிற கண் பட்டு
புண் பட்ட உன்
தேகத்திற்கு மருந்தாக
என் கண் பட்டதே....

12)   மௌனத்தின் மொழி!

சிறகில்லாமல் பறக்கச்
செய்தாயே நீ...!
படகிலலாமல் மிதக்கச்
செய்தாயே நீ... !
நனையச் செய்தாயே நீ..!
தாயில்லா பிள்ளைபோல் தவிக்கச்
செய்தாயே நீ.!..
விழியின் வழி வருதே
மௌனத்தின் மொழி தருதே..
என்னைத் தள்ளி நீ நீங்காதே ....

13) ஏன் இந்த ஆரவாரம்!

காது மடல்களை தொட்டதற்கா கோலாகலம்
! கம்மல் ஜிமிக்கிகளே ஏன் இந்த ஆரவாரம்
கற்கண்டு பாகாய் மாலை வெயிலில் ஜொலிக்கும் கழுத்து
மடிப்பு வியர்வைதான் இவள் அரிதாரம்
கால் கொலுசுகளில் சிறுமணிகள்
சிணுங்கும் சத்தம்

கேலி பேசி என்னை செய்யும் ஏளனம் எகத்தாளம்..

14) நீ பார்த்த விழிகள்!

சிரங்கள் கொய்திடாது
வாள்வீசும் செந்தாமரை
மலர்கள்...
வரங்கேட்டு அழகு
வதனத்தில் பூத்திருக்கும்
விரல்கள் மறைத்தவுடன்
தாரகைகள்...
மின்னல் உண்ட
விழிகள்..
தரணியில் ஒளிதரும் வெண்முகிலில்
நீந்திடும் கருநிலவுகள்...

15) நானும் சமத்துவவாதி

நீயும் வரவே
நானும் உருகுகிறேன்...
உன் மூச்சில் காற்றுப்பட்டதும்
நடனமாடுகின்றேன்...
உன் கையிலிருந்து
நழுவாது இருக்க ...
உருகிய மெழுகால்
நான் உன் கரம் பற்றிகொள்கிறேன்...
திரியை பிரியும் வலியில்
அழுகிறது உருகும் மெழுகு...
நாழிகை நாழிகையாக
உனக்காகவே உயிர் இழக்கின்றேன்...

16) செந்தாமரை மலர்கள்!

சிரங்கள் கொய்திடாது
வாள்வீசும் செந்தாமரை
மலர்கள்...
வரங்கேட்டு அழகு
வதனத்தில் பூத்திருக்கும் விரல்கள் மறைத்தவுடன்
தாரகைகள்...
மின்னல் உண்ட
விழிகள்...
தரணியில் ஒளிதரும் வெண்முகிலில் நீந்திடும்
கருநிலவுகள்...

17) என்று விடியும்!

வெறும் ஐந்து ரூபாய்க்கு அலுப்பு போக்கும்
இந்த தேயிலை தூதர்களின் விசித்திரம்
யாதெனில்
விடியலுக்கு முன்பே விழித்து –
விடிய விடிய உழைத்திடுமிவர்கள்
வாழ்வு மட்டும் என்றும் விடிவதேயில்லை!!!!.

18)ஒரு முட்டை காதல்!

என் பக்கம் மட்டும் காதல் வேக - அதை

நீ காணது வேகமாய் போக ஒருதலை காதலாய்.

அரை வேக்காடு முட்டையாய் என் காதல் உன்னருகே நிற்

ஒருமுறையேனும் திரும்பி பார்ப்பாயா
என் உயிர் பிரிவதற்குள்.

19) மீனவன் வாழ்வு!

தண்ணீரில் மிதக்கும் மீனவன் வாழ்வு..
கரையிலும், கண்ணீரில் மிதக்கிறது! அவன் தமிழன்
என்பதால்...
உணவுக்காய் மீன் தேடப் போகின்ற இவனும்

ஒரு நாள் இரையாகிப் போகிறான் அந்த மீனுக்கே...

கடல் நீர் எல்லாம் உப்பால் செறிந்ததாலோ என்னவோ இவனின்
கண்ணீரின் விலை கடல்

அன்னைக்கு தெரியாமலே போய்விட்டது......

20)என் கனவே வீழாதே

என் கனவே வீழாதே
என் உயிரே சாயாதே
மனதில் எந்த சலனமும் இல்லையே
ஆனால் ஏனோ என்னை தடுக்கின்றதே!

முன்னேற்றம் என்னும் படி காணவில்லையே
வெற்றி என்னும்
இன்னும் திறக்கவில்லையே
என் மனமும் உடன்படவில்லையே
என் மனதில்
தன்னம்பிக்கையை இன்னும்
என்னால் கோர்க்கப்படவில்லை!

உதிரிப்பூக்களாய் சிதறிகிடக்கவே
ஏனோ என் மனம் தடுக்கின்றது
முயற்சி என்னும் நூல் கொண்டு என் நம்பிக்கையை வலுவாக்கி
கோர்த்து அழகிய மலராய் வெற்றியை சூடிடுவேன்!

அதுவரை என் கனவே கலையாதே
என் கனவே வீழாதே
என் உயிரே என்னை விட்டு பிரிந்துவிடாதே
காலம் வரும்வரை கனவே கலையாதே!

21)ஆசைகள்!

அன்புற்ற உள்ளத்தில்
ஆசைகள் ஆயிரம்கோடி
இன்பத்தை தாண்டியும்
ஈடில்லா வாழ்வுகாக

உச்சகட்ட ஆசையோடு
ஊக்குவிக்கும் உள்ளத்திலே
என்றுமே நிராசை
ஏக்கமுற்ற இதயத்திலே
ஐந்தாறு பிளவுகள்1

ஒவ்வொரு நொடியிலும்
ஓய்ந்திடாத மனவருத்தம்
ஒளடதமான நினைவுகளால்

...நினைவுகளால் தவிக்கும்
உன்னதமான உள்ளங்களுக்கு
இவ்வரிகள் சமர்ப்பணம்...

22)நாங்கள் வீழ்வோமென்று நினைத்தீரோ?

திறமைகளைப் புதைத்து விட்டு
தினந்தோறும் சுழல்கின்றோம்...
வீறுகொண்டு எழுந்து விட்டால்!
வையகத்தை வலம் வருவோம்...
பெண் என்ற காரணத்தால்
பேசியே எமைச் சாய்ப்பினும்!

"நாங்கள் வீழ்வோமென்று நினைத்தீரோ!"

23) வெற்றி நம் கையில்!

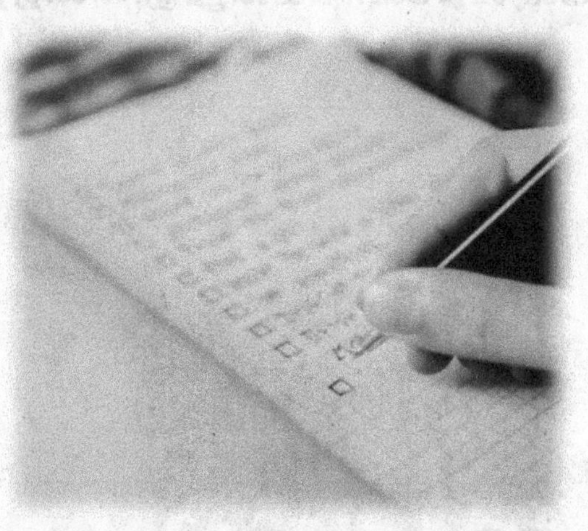

விதையில் ஊக்கத்தை விதைத்திடு
வியர்வை நீரை ஊத்திடு
விளைச்சல் வரும்வரை காத்திடு
விளைந்ததும் வெற்றியில் மகிழ்ந்திடு

காலம் மாறிப்போகும் _ நீ
கண்டகாட்சி மாறும்
விண்ணும் உன்னைவியக்கும் _ நீ
விடாமுயற்சி நிறுத்தும் வரைக்கும்

வெண்ணிலவும் உன்னை ரசிக்கும்
விடியல் வாசல்வந்து திறக்கும்
விழித்திரு(ற)ந்தால் போதும்
தென்றல் வந்து மோதும்

24)என் இனியவன்!

மழையென வந்தாய்
மனசெல்லாம் நிறைந்தாய்...
மறையா இடம்பெற்றாய்
மன்மதன் நீயே...!!

இதயத்துடிப்பு ஆனாய்
இதயமெல்லாம் நிறைந்தாய்...
இமைப்பொழுதும் காத்திடுவேன்
இனியவன் உனையே...!!

25) மனம் ஒன்றானால்!

ஓராயிரம் சிந்தனையிலும்
நீ சிந்தித்த என் சிந்தனையை
நான் அறிந்து மகிந்த்தேன்!

26) கற்பனைகள் ஊற்றெடுக்க!

கற்பனைகள் ஊற்றெடுக்க
காகிதங்கள் நிரம்பியதடி
நம் காதல் வரிகளால்...

கற்பனையில் மட்டுமே
களித்திட்ட காதல் அது
கண்நிறைத்து கொல்லுதடி
நிஜத்தில்...

காதல் கொண்ட இதயம்
அது இப்போது ரணமாய் ஆனதடி
கைகூடா காதல் தந்த
வலிகளால்....

27) திருத்திய இறைவன்!

கோவிலுக்கு, உள்ளே இருக்கும் இறைவனுக்கு;
அபிஷேகம் செய்ய!!
பால் வாங்கிக் கொடுத்தவர்,
வெளியில் வந்ததும்
மனம் வருந்தினார்;
வறுமையின், கொடுமையால்!
பால் இன்றி தவிக்கும்
குழந்தை!! வடிவில் அழுத
இறைவனைக் கண்டு..

28) ரோஜா பெண்ணே!

அழகில் தான்
ரோஜாவை தோற்கடித்தாய்
என நினைத்தேன்
ஆனால்
வலிகள் கொடுப்பதிலும்
முட்களை தோற்கடித்து
விட்டாய் பெண்ணே...!!!

29) அமைதியாய் நான்!

மாறிப்போனேன் உன்
வார்த்தைகளின் வலிகளால்...

வாள் கொண்டு வீசும்
வலிதனை உன் வார்த்தைகள்
தரும் என உணர்வாயா???...

உன் போல் பேசும் வழிதனை
தெரியாமல், விழி நிறைந்து
நிற்கிறேன் உண்மையாய்...

30)கனி!

மரத்தில் தொங்கிய மதுரசமோ;
மரம் தாங்கிய மன்மதனின் சாபமோ;
மதுரம் கூடிய முத்தாரமோ;
வண்டுகள் தொலைத்திட அச்சாரமோ;

பூத்திட பூவானமாய்;
மகரந்தச்சேர்க்கையில் உருவானாய் ;
காய்ந்திடக் பிஞ்சானாய் ;
கண்டிடக் காயானாய் ;

கனிந்திடக் பழமானாய்;
சுவைத்திட உணவானாய்;
சுமந்திட விதையானாய்;
விழுந்திட செடியானாய்;

வளர்ந்திட செடி கொடி மரமானாய் ;
வைத்திடப் பூவானாய்;
பருவம் வதைத்திட உருவானாய்;
காய்த்திட காயானாய்;

பறவைகள் கொத்திட மீண்டும் கனியானாய்;
ஏந்திட சுவையயானாய் ;
கனிசுமந்த செடி கொடி மரமே;

கட்டளையிடு கவிபாடக் கட்டளையிடு;
காலமெல்லாம் கசிந்தே கவிபாடுவேன்;
உன் சுவையைச் சுவைத்து .

31) மானம்

ஏனோ எனப்
பிழைப்பது ஈனம்;
உழைத்துப் பிழைப்பதே,
மானம்!

32)வாழ்க்கை!

கொண்டவனைப் பார்த்துக்

கொண்டையில் சிரித்த
மல்லிகை

கொண்டுபோக முடியாது
என் வாசத்தை நீ

வைத்து கொண்டாடிடவும்
முடியாது என்

அழகை இதுதான் நீ
கொண்டாடிடும்

வாழ்க்கையும் கூட என
மௌனமாய் உணர்த்தியது

33)எங்கனம் உணர்த்துவேன்!

வேஷம் போட ஏதுமில்லை.....
எனதன்பு இறைவா.!
காணும் இடமெல்லாம் நீ..
காணும் காட்சியெல்லாம் நீ..

பொய்யல்ல...................
மெய்யிலிருந்து மெய் கண்ட
உண்மை இயற்கை விளக்கம் நீ.

உன்னை உணர்ந்தபின் ஏதுமில்லை!
எனதன்பு இறைவா.
சுத்தமான தண்ணீரில் நீ.!
ஆரோக்கியம் தரும் உணவில் நீ.!
மெய் கொடுத்து மெய்யுணர்த்திய இறைவா!
கடையன் நான் வாழ்வுக் கடலை
நீந்தி கரை சேரி கலங்கரை
விளக்கமானாய் நீ...!

உன்னை அறியாது ஏதுமில்லை எனதன்பு இறைவா.!
மாயை விலக்கி அறிவுக்கு அறிவூட்டுவாய் நீ..!
நடைமுறை எதுவாயினும்
நல்லதும், கெட்டதும் பிரித்தறிந்து அறிவிப்பாய் நீ..!
நீயின்றி நான் கண்ணில்லா குருடன்,
நாவன்மையில்லா ஊமை!,
காதறுந்த செவிடன் என்று உண்மையுணர்த்தும் ஞானமானாய்
நீ...!

உண்மையில் என்னை அறிந்தது
உன்னைத் தவிர வேறு யாருமில்லை
எனதன்பு இறைவா.!
இம்மையிலும் அறிந்தாய் நீ.!
மறுமையிலும் அறிந்தாய் நீ..!
எம்மையிலும் அறிவாய் நீ...!

உன்னை மறந்து எவரிடத்திலே
நிரந்தர அன்பு கொள்வேன்?

உலகமெங்கும் நீ.!
உயிர்கள் யாவும் நீ..!
எறும்பைக் கொன்றால்
உன்னைக் கொல்கிறேன்.
ஒரு இலையைக் கிள்ளி எறிந்தால் உன்னைக் கிள்ளுகிறேன்.

என்னை வருத்தினாலும், உன்னை வருத்துகிறேன்.
எங்கனம் நானும்
உலகிற்கு உணர்த்துவேன்?....

34)ஒற்றை தேவதை!

பள்ளி அருகே நின்று
அவள் பார்வைக்காக
காத்திருக்கும்
அந்த நொடிகளில்,
அவள் பகல் நிலவாய்
காட்சியளிப்பாள்
பளிச்சென்று

அவளருகே ஓர் சில நொடி
அதற்கே நான்
பல யுகத்தின் பலனதுவாய்
தவமிருந்தேன் –
மனம்,
துறந்த துறவியாய்!!
அவளுடன் இருக்கும்
ஒற்றை நொடி பொழுதில்
இரவும் பகலும் என்பதே
தேவையில்லாமல் போகிறது!

அழகு ஜீன்ஸ் அணிந்த
என் சின்னக்கிளியின்
சிரிப்பைக் காண - நான்
சிறப்பு வகுப்பிலும்
சிறகடித்து காத்திருப்பேன்!

அவளோடு சில பயணங்கள்
அவை பள்ளி முதல் வீடு வரை

அது சிறு தூரமாக இருந்தாலும்
அதுவே என் வாழ்வின் மிகச் -
சிறந்த பயணம். என்றென்றிலும்!

வானவில்லாய் வந்த
என் சுவாச பூங்காற்று –
அழகு,
வர்ணங்களை தந்துவிட்டு
கண்களை களவாடியதே
கடவுளின் கையெழுத்து!

அவளது அன்புத் தூரளில்
நிறைந்து போன - என்
மனதும் நினைவும் –
இன்று,
அவள் வருகையொட்டி
உறைந்து நிற்கிறது
ஓர் பனிக்கட்டியைப் போல்!

அவளது நினைவில் பிழைக்க
முயன்ற நாட்களெல்லாம்
மீண்டும் மீண்டும் மூழ்கத் -
தான் கற்றுக்கொண்டேன்!

உள்ளம் என்னும் கோட்டையை
அவள் உடைத்து சென்ற பின்னும்
என் சுட்டி தேவதையின் –
அந்த,
குட்டி முகம் என் நெஞ்சில்
இன்பத்தை தூவிச் செல்கிறது
சிறு துன்பத்தோடு

சிரிப்போடு சில நிமிடம்
சினத்தோடு சில நிமிடம்

இன்றும் சிந்தித்துப் பார்க்கிறேன்
எங்கே ?
என் தேவதை என்று

35)விழிநீர் மருந்து!

கவிதை சிரிப்பிலே
கவிழ்த்திட்ட பெண்ணே!
என் மனக்காயத்திற்கு
உனது விழிநீரே மருந்து!

36)கலங்கரை விளக்கமாய் ஜோதி!

காற் இருளில்
கலங்கரை
விளக்கமாய்
என் வாழ்வில்
வந்தாயே
ஜோதி
உன் வாழ்வு
நலம் பெறவே
உனது
சிரிப்பொலியும்
கொலுசொலியும்
என் உடலில்
உயிரொலியாய்
இணைத்திடுவேன்!

36)கலங்கரை விளக்கமாய் ஜோதி!

37)வினாடியில் மறந்தது!

விழித்திரை முடியதும்
விலகியது மனத்திரை !
விரிந்த நெஞ்சிலும்
விசித்திர கற்பனைகள்
விந்தைமிகு வரிகளாக
வியக்குமளவு கவிதையாக !

விடிவெள்ளி நானல்ல
விதிவிலக்கும் எனக்கல்ல !
விடிந்து விட்ட காரணத்தால்
விடை பெற்றது உறக்கம் !
விருட்டென எழுந்தேன்
விரைந்து சென்றது !

வினாடியில் மறந்தது
விளைந்த சொற்களும் !
விழித்துப் பார்த்தேன்
விட்டத்தைக் காணவில்லை
விண்வெளியே தெரிந்தது !

38) யார் காணும் கனவு!

கனவிலும் வலிக்கிறது
கனவில் பயணிக்கிறேன்
நிஜத்தில் ஏங்குவது
கனவில் கண்டதெல்லாம் நிஜத்தில்
கனவிலும் மற்றொரு கனவு
ஒருநாள் அவளும் கனவில்
கனவிலும் நான் இப்படித்தான்
தயவுகூர்ந்து கூறுங்கள்
நான் வாழ்வது யாருடைய கனவில்

40)நிராசையாகிப்போன நிசம்!

போராடி பெறத்துடித்த உரிமை!
ஆண் பெண் பேதமின்றி
ஆயுதம் சுமந்த பெருமை!
உறவுகளைத் இழந்த சோகம்
உணர்வுகள் மாட்டிக் கொண்ட
கடிவாளம்!
கூடவே பயணித்த துரோகம்
நிராசையாகிப்போன நிசம்!

41)அடுத்த பிறவி எதற்கு?

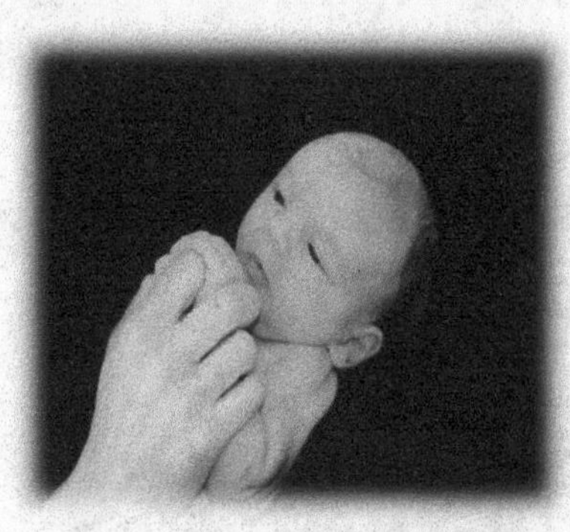

அம்மா !
நீ பாத்திரம் தேய்த்த கைகளுக்கு
நான் மருந்தாகமாட்டேனோ !
நீ செருப்பில்லாமல் நடந்து முட்குத்திய
உன் பாதங்களுக்கு
நான் செருப்பாக மாட்டேனோ !

நீ அடுப்பு புகையில் சிக்கி
ஒளி மங்கிய
உன் கண்களுக்கு
நான் ஒளியாக மாட்டேனோ!

நீ விறகு வெட்டும் நேரத்தில் வழியும்
உன் வியர்வையை துடைக்க
நான் தென்றலாக வந்து சேவை
செய்ய மாட்டேனோ !

வெயிலில் வேலை பார்த்து களைத்த
உனக்கு நான் மழையை மாறி
தாகம் தீர்க்கமாட்டேனோ !

நீ உடல் வலியால் தரையில் படுக்க
என் மடியை
உனக்கு மெத்தையாக மாட்டேனோ
அடுத்த பிறவி எதற்கு
அம்மா !.........
இப்பிறவியில்,

"உன்னை சுமக்க காத்திருக்கிறேன்"
உன் தாயாக !.....

43)அம்மா வடித்த தழும்பு!

மூங்கில் குச்சியை எழுதுகோலாக்கி
என் மேனியை காகிதம் என கருதி
என் தாய் வடித்த கவிதை தான்
இச்சிறு தழும்புகள்.........

44)அய்யா தருமம் என்றான்!

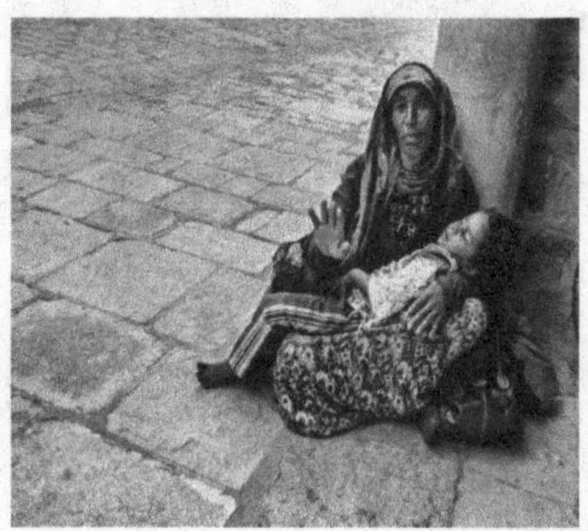

கைய்யில் பொய் இருந்தால்
கவிதை போடலாம்!
பைய்யில் பணம் இல்லை என்றால்
பசி தீருமாஅய்யா தருமம் என்று ஏற்பது இகழ்ச்சி என்றால்
வெய்யில் சுடும் இந்த உச்சி வேளையில்
என் செய்யும் காயும் வயிறு.,....
"அய்யா தருமம் என்றான்
அய்யா தருமம் என்றான்
அய்யா தருமம் என்றான்!"

45)பசியின் ஏக்கங்கள்!

உங்களை போல் - எனக்கும்
வயிற்றையூம் பசியையூும்,
தந்துவிட்டான் இந்த கடவுள்..!

ஆனால் ஏனோ அதை மறந்தும்
எங்களை சிலையாக எண்ணியும்
விளையாடுகிறான்...!

பிழைக்க உழைக்க
திடமும் மனமும் இருக்கிறது

பாவம் எங்களுக்கு பணி தர தான்
இங்கு எவருக்கும் மனம் இல்லை..!

இல்லை என்பதாலே!
கையந்தி நின்றேன்
இல்லை இல்லை !
என்பதே பதிலாக இருந்தது.

அய்யா பசிக்கிறது புசிக்க
ஏதாவது தாருங்கள் என்றேன்
சீ...... போ என்றார்கள்...!
அம்மா உண்டு நாளாச்சு..........
உணவு தருவயா என்றேன்
கண்டும் காணதாதுபோல்
முகம் திருப்பிக்கொண்டர்கள்............

வாட்டியது பசி....
.வருந்தினேன் ....
என்ன பிறப்பு என்று
விரட்டியது பசி....................
.வெறுத்தேன் இவ்வுலகை..!

அனாதையாகிய எனக்கு பசிக்க கூடாதா..?
பசித்தால் உணவு கிடைக்கதா..?

அதிகமாக கேட்கவில்லை
என் பெயர் எழுதிய
பருக்கையை கேட்கிறேன்.
தர மனம்யில்லையா இல்லை

என்பெயரை........
இறைவன் எழுதவேயில்லையா..!

அம்மா தாயே ஐயா என் பசியை போக்குங்கள்
இல்லை...
.என்னே புதையுங்கள் இவ் மண்ணில்....
புதைக்கும் போது
ஓர் நெல் மணியும் சில
விதைகளையும் தூவுங்கள்...
.
"என் தம்பிமார்கள் பசியாறுவார்கள்...நாளை.
பசியுடன்...ஓர் ஜிவன்..."......

46)எண்ணம் போல் வாழ்க்கை!

வாழ்க்கை என்னும் பாதையில்
சந்தோசம் என்னும் போதையில்
சிரித்துகொண்டு கடந்து செல்வோம்...!!!
ஏனென்றால் எண்ணங்கள்
எப்படி அமைந்தாலும்
ஏக்கங்கள் ஏற்படுத்தும் தாக்கங்கள்
என்றும் நம்மை தவிர்ப்பதில்

48)   அன்பின் வெகுமானம்!

முதல் காதலியே,
இரண்டாம் உயிராக
மூன்றாம் கண்ணாக
நான்காம் காலமாக
ஐந்தாம் திசையாக
ஆறாம் விரலாக
ஏழாம் அறிவாக ஏற்று, அவள் சிந்தனையுடன்
எட்டாக் கொள்கை வளர்த்து,ஒன்பது வழிச்சாலையில்
பத்தாம் கிரகத்திற்கு பயணம் செய்கிறேன்!!!
எண்ணில் அடங்கா உன் அன்பிற்கு
என்னால் ஆன இந்த வெகுமானம், வெறும் எழுத்துக்களால்
ஆனதல்ல,
என் உயிர் மெய் கலந்த உணர்வுகள்!!!

49) உயிரில்லாதவனின் உயிரெழுத்து வாழ்த்து

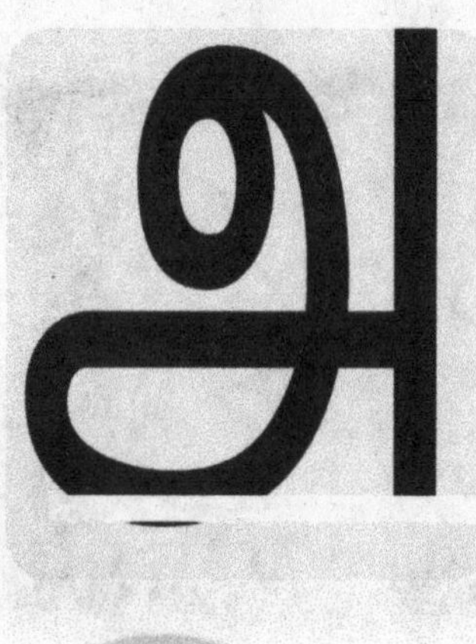

அன்பு கொடுத்து
ஆரோக்கியம் பெற்று
இடும்பை விடுத்து
ஈமான் வளர்த்து
உறவு போற்றி
ஊர்பகை தவிர்த்து
எந்நாளும் உன் வாழ்வில்
ஏற்றம் அடைந்து
ஐசுவரியம் பெருகி
ஒய்யாரம் பெற்று
ஓகோ என உன் வாழ்வு பார்த்து, பிறர்
ஔவியம் கொள்ளாது இருக்க
ஃதிருஷ்டி பொட்டு வைக்கிறேன்!!!......

51)இரு விழிகள் விழ

சிரிக்கிறேன்
இரு இதழ்கள் பட...

மறைக்கிறாய் மௌனத்தில்...
பதிக்கிறாய் நெஞ்சத்தில்...

திரள் மேகங்கள்
திரண்டு வந்ததே
பகல் பொழுதுகள்
இருண்டு போனதே...

காதல் நெஞ்சம்
பிரிந்தலாகும் போதே
மூச்சு சிற்றரையில்
உட்சுவாசம் உள்ளிளுக்குதே...

வருவாளொ அவளும்
இதழ்மேல் இதழ் வைத்து
வெளிசுவாசம் கொடுத்து
என்னை பிழைக்க வைக்கதானே..

இதயவால்வை மூடாமல்
திறந்து வைத்தே இருந்தேனே...
உன்னை என்னிதய
அறையில் அடைத்து வைத்து வாழத்தானே

52)மலரட்டும் மனிதநேயம்!

உயர்ந்தவர்கள் தாழ்ந்தவர்கள்
ஒன்றானார் வெள்ளத்தால்....!
கயவர்களும் கனிவானவர்களும்
கலங்கிப்போனர் இழப்புகளால்...!
ஓலைக் குடிசையொடு
ஓட்டுவீடும் ஒன்றாச்சு....!

மழைநீரோடு மாட
மாளிகையும் மிதந்தாச்சு...!

வீதிதோறும் வெள்ளம்வந்து
விபரீதம் பெருகியதால்...!
சாதியெலாம் வெள்ளமதில் சாய்ந்துவிட்ட நிலைகண்டோம் !
உணவும் குடிநீரும்
உயிர்வாழ தேவைகளாச்சு...!
ஆடம்பரம் ஆள்பலம்
ஆணவமும் போயாச்சு...!

வாடுகின்ற பயிர்கண்டு
வாடுகின்ற உளங்கொண்டு...!
வள்ளலார்தம் வாழ்க்கைவழி
வெளியுலகிற் காட்டிநின்றோம் !

வானை எட்டிவிட்டோம்
விரலாலே சுழற்றிவிட்டோம்...!
வாடிநின்ற வாழ்வைபற்றி
வெட்டிகதையா பேசிவிட்டோம்...!

கொரோனா எனும் கோர பிணி...!
கோர தாண்டவம் காணும் போதும்...!
எட்டிநின்று பார்க்கவில்லை
எச்சரிக்கை யாகவில்லை...!
ஒட்டும் என்று யோசித்து
ஒதுங்கவில்லை..!

ஒடுங்கிபோன உடம்பை -அங்கு
அன்பினில் தோய்த்தெடுத்து...!
அருளுடன் அணைத்துக்
காத்து என்பெலாம்...!

பிறர்க்காய் ஈயும்
ஈடிலா உயர்ந்த பண்பை ....!
எம்மக்கள் நிகழ்த்திக்காட்டி
சில மாக்களுக்கு புத்திப்பூட்டி...!

மனிதநேயம் காத்து விட்டோம்
மனதார மகிழ்வுப்பெற்றோம்...!..........

53) பேனா முனை!

பேனா முனையில் இருந்து
வெளிவரும் வார்த்தைகள்
எழுதும் காகிதத்தை
காயப்படுத்துவதில்லை ..!!

ஆனால்...
வாசிக்கும்போது
சில சமயங்களில்
சில வார்த்தைகள்...

சில மனங்களை
காயப்படுத்தி விடுகிறது ...!!

சில மனங்களை
சிந்திக்கவும் செய்கிறது ..!!

அதனால்தான் ..
பேனாவின் முனை
கத்திமுனையை
விட....
வலிமையானது
என்பார்களோ ...!!

54)அந்திவேளை கவிதை!

உன் மென் விரல்கள் மயிலிறகாய் மாறுகின்றன
என் மேனியெங்கும் ஊர்வலமாய் போகின்றன

என்னில் விரல் தூவலால்
சிறுசிறு ஓவியங்கள் வருகிறாய்!
அதில் ஆசைகள்கொண்ட ஆவலால்
வண்ணங்கள் தீட்டுகிறாய்!

தூங்கி கிடந்த அணுக்கள் எல்லாம்
மெல்ல எழும்பி பார்க்கின்றன
ஏங்கி தவித்த இளமை திகட்டாத........
இனிப்பை சுவைக்கத் தொடங்குகின்றன

விடுத்த அன்பின் அம்பு தாளாமல்
என்நாணங்கள் தோற்று போகின்றன
தடுத்த நாணம் புறமுதுகிட்டு ஒளிந்து
கொள்ள அறை மூலையை தேடுகின்றன

யாருமில்லா காட்டில் நீ
என் ஆதாம் ஆகினாய்
எவருமறியாமல் இவ்வீட்டில்
என்னை ஏவாள் ஆக்கினாய்

இலைகள் கூட வேண்டாம் என்றோம்
இருள்மட்டும் மூடி கிடந்தோம் நாம்

துகில் இல்லா உருவை தீண்டிய
தூரிகைகளால் தேவதை ஆகிறேன்
முகில்பின் செல்லும் பறவை
ஆகி உன் பின்னால் தானே வருகிறேன்

விழிமூடி சாய்ந்தேன்
கவிபாடி கலந்தாய்

இருளில் என் அதிசய நிழலானாய்
இதழில் தேன் சுரக்க செய்தாய்

சாலையில் தடுக்கிய பள்ளமாய்
எனக்குள் வந்து விழுகிறாய்
தொலைக்காமல் தொலைத்தாற்போல
எதையோ ஆழமாய் தேடுகிறாய்

பாலையில் நீரை தேடி அலையும்
ஒட்டகமாகிறது உன் தாகம்
சோலையில் நீர் சுரக்கும் இன்ப
ஊற்றாகிறது என் தேகம்

அந்திவேளையில் அழகாய்
தொடரும் அந்தப்புர கதை
அந்தவேளையில் அழகாய்
இருஉயிர் எழுதும் கவிதை..!!!..........

55)பேனா..!!

பேனா..!!
காகிதத்தை காதலியாக்க
எழுத்துக்கள் மூலம் தூதனுப்பும்
மன்மத வித்தகன்..

எழுதியவனை தவிர,
எழுத்துக்களை சாக விடாது
காக்கும் காவலன்..

சட்டைப்பையில் ஒட்டிக்கொண்டு
இதய துடிப்பின் ஓசை கேட்கும்
குட்டிப்பையன்..

எழுதியவன் மறந்தாலும்
எழுத்துக்கள் மூலம் தன்னை காட்டும்
கதாநாயகன்..

எழுதுபவன் சோர்வடைந்தால்
அடுத்த வரிகளை யோசிக்கும்
கற்பனை கவிஞன்..

கூர் ஆயுதமேந்தினாலும்
எதிரிகளை வரிகளில் சாய்க்கும்
சாணக்கியன்..!!

55)விண் தாண்டிச் சென்றேன்!

ஐந்து அம்சங்களும்
அளவான முறையில்
வளமான வாழ்க்கை
கொடுக்க வேண்டி,

உயர் அதிகாரிகள்
மும்மூர்த்திகளிடம் ஒப்படைக்குமாறு
பிரம்மன் வழி
மனு செய்துவிட்டு,

செல்லும் வழியில்.........

இன்னிசை கேட்டது.
இசைதிசை சென்றேன்.
ஆம்! – தேவலோகமது.
ரசிக்க நேரமில்லை.

சற்று தொலைவில்...........

ஒரு மாளிகை
/இரு வாயில்கள்.
விவரம் கேட்டேன்
ஒன்று – சொர்க்கம்
மற்றொன்று – நரகம்.
உள்ளே செல்ல
அனுமதி இல்லை.
கைகுலுக்கி நகர்ந்தேன்.

இனி எங்கு செல்ல
திசை தெரிய வில்லை!.

நல்ல வேளை
நாரதர் வருகிறார்
செவ்வாய் செல்ல
வழி கேட்டேன்?

இதோ........ வழி!......
கை காண்பித்தார்
பேச நேரமில்லை
நன்றி சொல்லி நகர்ந்தேன்.

இரண்டாம் கட்டம் : எனக்காக

செவ்வாயில் நுழைந்தேன்,
நல்ல வரவேற்பு.
பூமிபோல் இல்லையங்கு
கிரகத்தின் ஆளுமை
ஒரேயோரு ஏலியன்
ஏனையோர் குடிமக்கள்.
சில மணித்துளி
அளவளா வினேன்
காலம் கருதி,

முன் பணமாக
கரண்சி நோட்டுகள்
பல கொடுத்து,
நிலவின் இடம்கேட்டு
இடம் பெயர்ந்தேன்.

நிலவில் குளிர்!
திங்க எரசன்
ஞாயிற்றிட மிருந்து
ஒளி பிச்சைகேட்கும்
அந்நேரம் வளர்பிறை!

வணங்கி விட்டு......

சந்தமாமா, வடைப்பாட்டி
நலமாவெனக் கேட்டேன்?
நலமென்றார்.
நான் வந்த நோக்கம்கூறி
நகைகள் பல கொடுத்து
கைக் கடிகாரம் பார்த்தேன்.
காலக்கெடுவின் மீதி
ஐந்து மணித்துளியே!!

விரைந்தேன் என்இடம் நோக்கி.........

ஐந்து நிமிடம் நிசப்தம்.............!!!

வெற்றி!!! வெற்றி!!! வெற்றி!!!
கையுயர்த்திக் கத்தினேன்.
என்ன வெற்றி யென.,
தட்டி எழுப்பினாள் அம்மா...

அப்பாவிற்காக -
செவ்வாயில் ஓர் இடமும்,
அம்மாவிற்காக –
நிலவில் ஓர் இடமும்
விலைபேசி விட்டு
வந்துள்ளே னென்றேன்.
குடும்பமே சிரித்தது!!
அவர்களுடன் சேர்ந்து நானும்!!!........

- தகுதியற்ற கவிஞன்!